மார்கழியின் சுகந்தம்

சக்தி கேஷ்

XpressPublishing
An imprint of Notion Press

XpressPublishing
An imprint of Notion Press

Old No. 38, New No. 6
McNichols Road, Chetpet
Chennai - 600 031

First Published by Notion Press 2019
Copyright © Shakthi Kesh 2019
All Rights Reserved.

ISBN 978-1-64783-245-2

This book has been published with all efforts taken to make the material error-free after the consent of the author. However, the author and the publisher do not assume and hereby disclaim any liability to any party for any loss, damage, or disruption caused by errors or omissions, whether such errors or omissions result from negligence, accident, or any other cause.

While every effort has been made to avoid any mistake or omission, this publication is being sold on the condition and understanding that neither the author nor the publishers or printers would be liable in any manner to any person by reason of any mistake or omission in this publication or for any action taken or omitted to be taken or advice rendered or accepted on the basis of this work. For any defect in printing or binding the publishers will be liable only to replace the defective copy by another copy of this work then available.

பொருளடக்கம்

1. அன்பிற்கினியா(ழ்) — 1
2. மொடா நிறைய அன்பு — 2
3. கொள்ளிக்கட்டை சுற்றியவர்கள் — 5
4. கக்குஸ்பீடம் — 7
5. கொட்டம் — 8
6. மார்கழியின் சுகந்தம் — 10
7. கனவில் நொட்டியவை — 13
8. யாரழகு? — 14
9. எனக்கென்ன — 18
10. சைக்கோ — 21
11. இன்றில் — 23
12. ஏறக்கட்டுதல் — 25
13. இதையெல்லாம் சொன்னா இவன் கெட்டவனுவாங்க — 27
14. ஐயகோ — 29
15. தீட்சண்யம் — 30
16. ஆவல் — 31
17. அசைபோடல் — 33
18. மழை யறிதல் — 35
19. நவீனபாரதி — 36
20. விசும்பல் — 37
21. வயசு மூப்பு ரோதனை — 39
22. அன்றொரு நாள் — 40
23. சாது மிரண்டால் — 42
24. கச்சா மேங்கோ — 47

பொருளடக்கம்

25. விக்கிரமாதித்தி — 48

26. தீவிரவாதியி னகிம்சை — 49

27. தனிமை யென்பது — 51

1. அன்பிற்கினியா(ழ்)

தொடர்வாயோ முடிப்பாயோ
தொய்வதேது என்மனம்
முண்டைக்கட்டை யாகி மாழும்
மூளைப் பாதை யின்தடம்

வீனாயம் போடுஞ் சூட்டில்
வெகாளமாய் தீயும் ரணங்கள்
வெட்டாத காடுகள்
வெந்தழியும் விந்தை யாகி
மூர்ச்சை யான பெரும்நொடிகள்
மூழ்கடித்த குமரிக் குருவி
நாம் நடந்த காதல் நெடி
நாளும்பேசும் ஊரார் பொடி
தாழ்ப்பாள் வழித்தடமாய்
வளைந்து ஓடும் உன் நடையில்
தாரமென சொன்ன வாயோ
தத்துபித்தாய் உளரும் வேகம்
சாகக் கிடக்கும் கானங்கோழி
சந்தி பேச்சை கேட்பதில்லை
சாபம் மிதிக்கும் சலவைக் காதல்
தூபப் பேயாய் ஆள்பிடிக்கும்.

2. மொடா நிறைய அன்பு

ஒரு கருங்கழுகின்
கோட்டை,
சாலச்சிறந்த முகடுகளின்
தாழ்வாரம்,
புஜங்களை முறுக்கி நொறுக்கிடும்
நேர்த்தியில்
சிதைகிற அச்சம்,
பல்லைக் கடித்து வீரிட்டு
மடிந்து கிடக்கிற
ஆசைகள்
புலனின்பத்தில்
மறந்துபோன
சுயம்பின் அசுரம்,
கேளிக்கைகளை
தாங்கமுடியாமல்
சகிப்பினைக் கடந்து
கிழிந்து தொங்கும்
செவியின் சவ்வு
ஈவோ இரக்கமோ யில்லாத
ரத்தவேட்கையின்
மொத்தவெறி,
ஓராயிரத்திச் சொட்ச
பதில்தர்க்கங்கள்
தகித்தும் தினவுகொண்டும்

எரிகிற உட்சபட்ச
ரௌத்திரச் சோரம்
மடியில் தூங்கி
அவ்வப்போது சிரித்து
நினைவை
மேலே காட்சிபடுத்துகிற
மூளையின்
தற்குறித்தனத்திற்கான
பச்சோதாபம்,
கொல்லிஎறும்புக்கூட்டினை
உடல்மேல் கொட்டிக் கொண்டும்
பெறுகிற கடிகளில்
பெருகிடும் தெம்பு
லேசான
மிருதுவான
காற்றிற்கு வலிக்காத இலகுரகம்
மெச்சுகிற வாக்கில்
பிரளயப்படுகிற
பேரன்பு
வழிப்போக்கில்
எச்சில்போல ஓரமாய்
துப்பிச் செல்கிற
மன்னிப்பும் தேற்றுதலும்,
ஓங்கிப் பெருகி
வெடிக்கிற
பிரபஞ்சக் கூறு

ஒன்பதாயித்து
எண்ணூற்று பத்து
சைக்கோக்கள்
ஏறிய
மெல்லின
உணர்வு
யாவும்
மீண்டும்
தர்க்கம்
விழுமியம்
பிரளயம்
துவம்சம்
இடரியம்
எனச் சுழல
தற்போதைக்கு
ஒரு மொடா நிரம்ப
அன்பும்
வலிமையும்
உள்ளிருப்பு.

3. கொள்ளிக்கட்டை சுற்றியவர்கள்

கொள்ளிக்கட்டைகளுக்கு
மத்தாப்பு எனப்
பெயர் ப்ரமோசன் கொடுத்து
சுற்றி சுற்றி
காற்றில் கிறுக்கிய
ஏதோ கிரகத்தின்
சுற்றுப்பாதையோ?
நேர்த்தியாய் கிழவி
சுற்றிய முறுக்கு மாவோ?
செம்மையேறிய
கொசுவத்தியின்
உயிர்தடமோ?
மரவட்டை சுருண்டு
கொண்ட
விதமோ?
மண்டையில் மென்டல்
பிடிக்கும் சுற்றலின்
அலை வரிசையோ?
மெதுவான ப்ரேமுக்கான
ஷட்டர் ஸ்பீடு
அமைத்து
தீட்டி ஒளிர்கிற

மின்மினியின்
குதமோ?
பண்டிகையின்
காலையில்
கோலம் தீட்டும்
குமரியின்
கரநினைவோ?
கிழிந்த
ட்ரவுசரைப் பார்த்த
சகாக்கள் கிண்டல்செய்த
விதமோ?
அல்லை வயிறுக்கும்
ஆகாச உணவிற்கும்
நடுவில்
நன்றாக அடித்தல்
திருத்தல் செய்தும்
ரணம் தெரிந்தும்
தெரியாத
பீர்பால்களின்
கோடோ?
இந்த வறுமை ஊறிய
மத்தாப்புக்கு
ஆயுள் சற்று கெட்டி.

4. கக்குஸ்பீடம்

தற்கொலை செய்ய
உசுப்பேத்தப்பட்ட
மூளையைச் சிராய்த்த
ஹார்மோன்களைத்
தகனம் செய்ய
ஒரு இடுகாட்டுச் சலுகை தா
அந்த நொடி முதல்
காதல்
அலப்பறைகளை
காவுகொடுத்து
கடக்கிறேன்.
அன்பிற்கினியா(ளே)!

5. கொட்டம்

ஒரு பெருமலையின்
அடிவாரம்
சுலபமா யில்லாத
வித்தாரத்தில்
தொக்கிச் சிதறும்
சுனை
ஓட்டையான
மனக்குடை
ஜாலமூட்டும்
சபலக் கூச்சல்
பிரயோஜனம்
பெறாத
வாக்குச் சொற்கள்
பழகிப்போன
போலி உணர்வு
பால் என நம்பிய
கள்ளுப் புட்டி
யாவுந் தாவுகிற
நிதர்சனச் சிறையில்
என் எதிர்ப்பார்ப்புகளுக்கு
மட்டும்
விலக்கு கேட்பது
எத்தனை அபத்தமானது
என பல்துலக்கிக் கொண்டு

என் மூஞ்சில் துப்பிய
மனசாட்சியின்
வாய்
கழுவியதும்
போய் விடுவது எச்சிலும்
எச்சமும்
மட்டுந்தானே யொழிய
கொட்டத்தின்
மிச்சங்களில்லை!

6. மார்கழியின் சுகந்தம்

பொண்வண்டுக் கல்யாணம்
போதாதக் கார்காலம்
என்னாட்டம் எழுத்தெடுத்தா
எகத்தாளம் ஏகத்தாளம்
நடுநிசியின் ஒருதுளியை
ஊம்பிவிட்ட வெயில்கிண்ணம்
சுருட்டுக்கரை ஓதடு மேல
சுப்பநாத்தி ஊர்கோலம்
கந்துவட்டிக் காற்றுக்கெல்லாம்
சந்துபொந்தில் கும்மாளம்
சவுடால் காத்து சந்தைவர
சாரல்காத்தின் நோப்பாளம்
எம்பி வரும் வாழ்முறையால்
எரிமலையில் தன்மானம்
தன்மான நாத்தங்காலில்
நாறிப்போகும் கீழ்வானம்
கீழ்வானக் காட்சிகளால்
கிடைக்காத சிங்காரம்
சிங்கார மான்களினால்
சீழ்பிடித்த மந்தாரம்
மந்தாரச்சிலைகள் மேல
காக்காய்ப் பீ அலங்காரம்
அலங்கார சம்பம் செத்தா
ஆடிப்போகும் ரீங்காரம்

ரீங்கார ஓசையின்பின்
வீங்காத அவள்முலைகள்
சல்லாபக் மெத்தையின்மேல்
சரிந்தாலும் சலிப்பேறும்
சலிப்பேறா சபலக்கூடு
களிப்பேறும் அக்கிரமம்
அக்கிரமக் களிப்பு என
அறியாத காமக்கிரகம்
காமக்கிரக வேட்கைகளில்
கனிந்து வரும் ரவிக்கைக்காய்
ரவிக்கைக்காய் தின்பதிலே
ராத்திரிகள் மாழ்வதில்லை
மாழாத ராப்பூராந்
தள்ளாடும் தவநெறிகள்
தவநெறிக்கு தடுக்குவைக்க
தாவணியில் மறைப்பு இல்லை
மறையாத ரணவடுக்கள்
மாயுங்காலம் தூரமில்லை
தூரம்போகும் துள்ளலிசை
தூபச் சாற்றை துளைப்பதில்லை
துளையாகும் மனக்கசப்பில்
தோகையாகும் பணக்கசப்பு
பணக்கசப்பு பறையடிக்க
பாடைக்கீத்தோ உறுமவில்லை
உறுமுகிற ஊஞ்சல் ஆட்டம்
உலகக் குறுக்கில் ஓய்வதில்லை
ஓயாத உடல்உரசல்

ஒருநாளில் முடிவதில்லை
ஒருநாளில் ஓரங்கட்டும்
ஓலக்கங்கள் குளிர்வதில்லை
குளிர தனை நிறுத்திக் கொண்டால்
மார்கழியில் சுகந்தமில்லை!

7. கனவில் நொட்டியவை

கோபுரத்தில் சிலையாவோமா
என்றவுடன்
தலை யசைத்தாள்
எந்த மாதிரியான
சிலையாகலாம்
என விவரிக்க
புருவம் எழுப்பி
ஒருகணக் கோபம்
கடந்து
ஒத்திசைவாய் மென்சிரிப்பு
தந்தாள்.

8. யாரழகு?

பெண்டிர்காள் அழகில்
உயர் சொன்னால்
பெருமகிழ்வு தின்னும் பேரினமே!
மறுமொழி சொல்வேன்
ஒருநிமிடம்-மனதில்
வெளி இருந்தால்
சற்று கேளீரோ!
தொகை அழகு குறைவுசொல்லி
தோகை எனப் பெயர்திருடி
நகைபோல் அணியும்
நங்கையர் நளியும்
நகைச்சுவை உலகமடா!
பிடரியில் பேன்குத்தி
இடரியில் ஈர்க்குத்தி
மச்சக்களத்திலும்
மைதுனக்களத்திலும்
துச்சமாய் ஆடவன்
மிச்சமாய் அழகுக் குவித்து
மிடுக்காட்டும் மின்னியோள்!
அழுக்கனின் அறத்தழகில்
அரைப்படியும் - வண்ண
கருப்பனின் காலழகில்
காற்பிடியும் -கூட
அழகு இல்லை எனஎந்தன் சுதி-

சொல்லத்
தொல்லையெனத் தேர்பிடிக்கும்
முல்லை மலர்த் தேவியரே!
வந்தவினை சொந்தவினை
வழக்கேறும் விந்தைவினை
இந்தவினை எந்தன்வினை- கொஞ்சம் ஈடிணைக்க நொந்த-வினை!
பெண்டிர்க்கொரு துடுக்கு
சொன்னால்
நொண்டிநோண்டும் நோக்கத்திரே! நானும்கூட ஆடவன்தான்
நன்மைபக்கத் தேடலன்தான்!
பேதைக்கொரு பிழையென்றால் பிளிர்ந்துவரும் - அறப்பெண்மை பேசும்
மாதர்வாதியரே
நானுங்கூட உன்னிணந்தான் நாளைக்கொரு சீட்டுகொடு!
பெண்மைக்கு சுளுக்குவரும்
பேரிருளாய் இழுக்கு வரும்
அப்பொழுதும் உம்முடனே
அறத்தழுவம் சிரித்தெழுவோம்!
மிகைபொருளாய் மிடுக்கூன்றி
இறைபொருளும் இலவசமாய்
எக்கச்சக சலுகரனை - இருந்தும்
எட்டிப்புலம்பும் இழுகரனை!
மந்தைக்கும் சந்தைக்கும்
விந்தையாய் வீருநடை - புரட்ட
சந்தனக் கூழெடுத்து
சருமத்திலே பூசுவதுதா னெங்கே?

ஏர்பிடித்த பாணியிலே - சிகை
சீர்பிடிக்க மறந்த மூடன்
கடலை எண்ணெய்
கட்டித்தயிர்போல்
கருத்து மிளிரும்
கடுத்தமயிர்மேல்!
பிட்டைப்பிடித்தக் கென்டைக்கால்
சொட்டைசொட்டையாய்
கழுவும்போது
மிச்சமாய் இருக்கும் சேர்வழித்த - மீசை முறுக்கையில் முறுக்கேறி
நிக்குமடி முத்தழகு!
அழகெல்லாம் வெறும் மாயமடி அகத்தறமே அழகென ஆணியடி
முகத்தழகென அவன்
முந்திவிட்டால்
உனைக்கூறுகட்டும் -கேடு
நூறுகட்டும்.
தேகத்திலே எந்தத் தேற்றமுமே தேய்மைதரும் விந்தைத்
தோற்றமடி
பிறப்பின் முற்றலிலே - பெறும் சொற்றலிலே -அழகுச்
சதைகளெல்லாம்
மெல்லச்சிதையுமடி!
ஆறு அடி கொள்ளும்
நாற்றமடி - வெறும்
அழகின் நுண்ணியம்
சீற்றமடி!
அழகி லாடவன் அதகளித்த
உடன்தான் சீட்டெடுக்குமோ

பெண்மைக் காதல் கிளி!
பித்தவினை பீற்றிக் கொள்ளும் மாந்தரெலாம் - உனை
மொத்தபிடி போட
பல வலைவிரிப்பர்
வாயினிலே வலைகடிக்கும்
மீனைப் போலே - துணிவறத்
தினில ஏணிகட்டி ஏறிமிதி!

பெண்ணழகில் ஆணழகு
மீட்சியடி
ஆண் உணரும் பெண்மை
யொன்றே சாட்சியடி
அனைவருமே அழ கதனைத்
தேடிச் சென்றால்
மெய் யழகு எலாம்
பொய்யி ளிக்குமடி!
ஆணழகும் பெண்ணழகும்
ஓரழகே - இது
ஆதிகள் கிள்ளிய கீரையடி
ஆயிர மாயிரம் அறம்வீசி
நீ ஆனந்தமா
யொருக் கும்மியடி!

9. எனக்கென்ன

அரைவானம் கூட அடையாக் கூடல்
ஆதம் அழுகுணிக் குடையா வூடல்;
விந்தைக்கைக்கிளை ஏய்த்த காலம்
சந்தைக்கூட்டிக் கூழைக்குடமுழுக்காட;
காதல் - இக்கணச்
செருக்களச் சாம்பலில் பல்துலக்கிப்
பொய்வெண்மை இழித்துத்
துப்பிய பிறகும் - இன்முகமாய் என் முகமும்;
வழியும் காரிக் கறைப்
பழித்துப் பழித்துப் பார்க்கையில்
என் நோவு - கள்ளங்கபடம் விலக்கியத் திரையில் காண்ப தென்-
னவோ காதல்காட்சி;
ஊழ்வினைத் தானாய் மேடையேறி
ஆளைத் தின்னும் ஆடை அணிந்து
ராசபார்ட்டாய் ரதகளம் புணர்ந்து
கேலியாய் உமிழும் அறைகூவல் (மா)வாய்;
கண்ணாடிப் பாம்போ வசம்பென ஆள்மாறாட்டம் செய்ய;
ஒட்டந்தலையும் சித்திரத்தையென
ஆள்மாகாணத்தில் ஆரவார வருகைப் பதிவிட;
ஆடவவிழிச் சுனை அழறிய ஆறுகள்
சமுத்திரம் சாய்த்துத் துன்பம் சாதிக்க;
மாறாங்காய் - பெருங்குடை விரித்து அழற்நீர் விரட்ட இமைகளும்
சொடுக்கி
இன்னுமிரு குடையாய்;

மன(ண)ல் நாற்றம்நுகரும் நங்கையின்
களிப்பில்; மூக்குத்தியால்தானாம் சிறுநுகர் தளர்வு;
சல்லியப்போதை இடிபோல் இடிக்க; கொடிப் பந்தல் நட்டுப்
பறிப்பா
ளதையும்;
புனிதநூல் சுமந்தும்
கழுதை கழுதைதானென;
புரட்டித் தீர்க்கும் புனிதப்
பு(பா)வியும்;
புன்னியநூல் சமைக்க
எம் - மனப் புலத்தில்
பருத்திச் சொத்தை;
வாய்மையின் கஞ்சம்
மசியாத கொஞ்சம்,
ஊர்சிதம் செய்யால்
உய்யா உய்யா
நூறு பிரசங்கம் இறந்த கூட்டில்;
காரிய உம் - மனம்
சொன்னால்,
கார்-ஈய வாய் ஊமைக்
காரணம் எழுதுமா காதற்
முறிக்க?
த்ரவ்யம் மாற்றிய
ரம்மிய மியற்றிய
பொம்மையும் பிளிருமா?
பேதையும் குளிருமா?

"உணர்ப்பு வரை இறப்பினும் செய்
குறி பிழைப்பினும் புலத்தலும்
ஊடலும் கிழவோற்கு
உரிய"- எனச் சொல்லியக்
கிழவோனுக்கும்
திருப்பியடிக்காம விருந்திருக்குமா?
திமிறெனத் திமுறுமா?
ஐயகோ!
இறையே, உனக்கே
உம் வினை
உச்சுகொட்டு மளவில்
மெச்சி மெச்சி
இழி(ளி)க்கும்போது!
இனி எனக்கென்ன
இனி எனக்கென்ன
இனிபோயு மினி
எனக்கென்ன-அவளால்?.

10. சைக்கோ

இந்த பனங்காய்ச் சாற்றை
நோப்பாளமான
அன்போடு
அவள் பருகத் தர
அதில் கிடந்த
ஒன்னே கால் அடி
மயிரை எடுத்துப் பார்த்தான்
உறவு பந்தம்
தொடரு மென்றாள்
அவள் தூங்கிய
நேக்கில்
மொட்டை யடித்து
பூரா மயிரையும்
மீந்திருந்த ஈச்சங்கள்ளில்
போட்டு
திரும்ப அதை
நீக்கி விட்டு
கள்ளுக்குடுவையை லவட்ட
ஆரம்பித்தான்
மொட்டையில் வீசிய
மொட்டமாடிக் காற்றில்
கூச்செறிந்து
எழுந்தவள்
கூச்சலிட்டாள்

மண்டையோடு மயிர்போன
கோரத்தில்
திசைமறந் தோடினாள்
அன்பிற்கினியா(ழ்);
ஒரு கையில்
மயிர்திரட்டு
மற்றொன்றில்
கள்ளுக்குடுவையுடன்
ஜொல்லுந் தெரியாத
கள்ளுந் தெரியாத
உதட்டுக் கரைகளில்
கக்கிய
சாம்பல் சுனையில்
உறவைத்தீட்டி
கொண்டிருந்தான்
அன்பினைச்
சானைபிடித்துக்கொள்ள
ஒரு தடவை
பிடுங்கி எடுத்த
மொட்டை மயிர்கள்
போதாத களத்தில்
சிரித்தான் சைக்கோ.

11. இன்றில்

கடைசி
தீக்குச்சியையும்
பெருஞ்சூராவளிக்
காற்றில் பற்ற
வைக்கும் உனது
எண்ணத்தினூடே,
தூங்கா
விளக்கும் கூட
துடிதுடித்து
அனைவதென்னமோ
சலிப்புக்காய்ச்சல்தான்
கண்ணம்மா!
சாலை
நெடுகிலும்
கூவும்
குயில்களினால்
கோட்டான்களுக்கு
குளிரில்லா மலில்லை
ரீங்காரச்
சிலும்பலில்
ஒப்புகொடுத்து
பக்கிகளும்
பசப்பு
கொள்வதில்லை

இன்றில்.

12. ஏறக்கட்டுதல்

அடர்சித்தாந்தக்
குருவிக்கூடு
அகாலமாகிப் போன
குளிர்நேரம்
இங்கிதமில்லாத
பேச்சுவார்த்தை
விரசமான
பொல்லாப்பு டப்பி
செல்லாக்காசு கொண்ட
உண்டி
உழைப்பறியாத
விவசாயி
பிணையல் இல்லா
இணைவு
பிற்காலம் அறியா
காப்புத் தூலம்
குமைவில்லா
கூதல் காய்
குளிரில்லா
மார்கழி
வீரியம் இல்லா
மருந்து
மனதே இல்லா
காதல்-யாவும்

ஏறக்கட்டுதலுக்கானது.

13. இதையெல்லாம் சொன்னா இவன் கெட்டவனுவாங்க

முகாந்தரம்
எதாவது தேடலில்
உருப்படித்து
கொள்கிற
கருணையின் கிலி,
வகிடு பிரிக்காத
மயிர்த்திரளில்
யேட்டி போல
உலவுகிற
வாய்ச்சவடால்
ஈடணம்,
ஐதிகம் தெளிக்கிற
களத்தில்
மாஞ்சா நூல்
விற்கிற
பலூன் வியபாரி,
கக்கத்தின்
வியர்த்தலில்
எழுகிற சீழ்கட்டி
கெட்ட வார்த்தை
யேசிடாத

*பொய்க்கூட்டும்
நாகரீகப் போக்கு
யாவும்
பெருங்காயத்தூள்
மறந்த
ரசத்திற்கானதே.*

14. ஐயகோ

ஒவ்வொரு முறையும்
அவளுடன்
பெருஞ்சண்டையிட்டுப்
பின்பு
கூடிக்கொள்வதோ,
எனக்கு
இலையுதிர்காலத்தின்
முற்றில்
பூப்பெடுக்கும்
வசந்தகாலமெனத்
திரிவ தேனோ!

15. தீட்சண்யம்

அரித்தலுக்கும்
அன்பிற்குமான
இடைவெளியானதை
புரிந்துணர்வு
செலுத்திக்கொள்வதற்குள்
ஏகப்பட்ட
எகுடிதுகுடியான
சங்கோட்சங்கள்
மாயையலைகள்
கலையப்பட்டு
தானாய் அவிழ்ந்து
வெறுமை
இன்னொரு
துருவத்திற்கான
அருகாமை
கடக்க
தீட்சண்ய காற்றின்
வாசனை
கமழுகிறது.

16. ஆவல்

பொல்லாத நோன்பு
சொல்லி
போட்டு உனை
வாட்டியதோ
கண் அயரும் தூபக்
காற்றில்
கல் நகரும்
கார்புயலோ
முத்தங்களை
முக்கி வைக்கும்
மூர்க்கக்குமிழ்
சோப்பினமோ
குள்ளநரிக்
கூடைப் பிண்ணும்
கூழாங்கல்
கூதல் காற்றோ
மெல்ல வுனை
மென்றெடுக்கும்
மேகச்சாய
மெல்லிசையோ
சொல்ல வுனைக்
கொன்றெடுக்கும்
சோகத்திமிர்
பாட்டதுவோ

நிலவினில்
சாம்பல் தின்னும்
நித்தத் தீயின்
ரத்தச் சூடோ
நீங்காதே
எதிர்நோக்கும்
பாதையேதும்
பேதை முகமோ
காத்திருக்கும்
கண்விழிப்பில்
காதல் என்றும்
மீள்வினையோ
மாலை நேர
மஞ்சள் வெயிலில்
மலம் உருட்டும்
வண்டுகளோ
சாலை யோரம்
சன்னல்கட்டும்
கானல்வழிக்
காரிகையோ -ஆவல்.

17. அசைபோடல்

ஒரு வருடாந்தம்
வருடியமானந்தமாகிய
தித்திப்புத்
திருப்பத்திற்கிடையில்
திருப்பதிகம்
வரைவது
போலொரு
நினைவிது,
காலை
வணக்கங்களெல்லாம்
காதல்
வணக்கங்கங்களாய்
மிகுந்த
நாட்களை
அசைபோடும்
போக்குடன்,
நம்மியத்தை
இசைபோடும்
இந்த
நுண்ணிய
நொடிப்பயணமோ
அன்புகூர்தலின்
ஒரு
புதிய

அதிர்நாதம்.

18. மழை யறிதல்

உன் வருகையை
எண்ணி
மழை
வருவ
தறிந்த
தவளைப்
படைக்குத்
தலைவன்
ஆகிறேன்
நான்.

19. நவீனபாரதி

நவீன
கண்ணமாக்களின்
மனம்
அறியாமல்
வெதும்பி
புத்தி பேதலித்துப்
போய்
குருதிகொதிப்பு வந்து
செத்திருப்பான்
பாரதி.

20. விசும்பல்

சுட்ட பனம்பழ
வாசனை
யாமத்தில்
மூங்கில்களின்
நாதம்,
பூசணிப்பூக்களை
எண்ணிய
நாட்கள்
ஓலக்கரு மணி
பச்சையின்
பொறிகடலையும்
காணிக்
காசும்,
கரும்பு
ஒடித்த
பெரிய ட்ராக்டரின்
டயரில்
மிதிபடும்
பிடிப்பு
எல்லாம்
வெறும்
வார்த்தைக்
குவியல்
அல்ல,

*நேற்றைய
விசும்பல்கள்
மட்டுமே!*

21. வயசு மூப்பு ரோதனை

அவளுடைய
யௌவனத்தால்
எனை
வெறுப்பேற்றுகிறாளாம்,
ஆப்பிள் பசிக்கு
ஆயுள்ரேகை
பார்க்க
வேண்டியதில்லை
என
எப்படித்தான்
புரிய வைப்பதோ.

22. அன்றொரு நாள்

குயில்கள்
எல்லாம்
எட்டுக்
கட்டையில்
கூவுகிறது,
மயில்கள்
விரிக்கும்
தோகையில்
வானம் மெல்ல
மறைந்து
கொண்டிருக்கிறது,
ஊரெல்லாம்
புனிதம்
வண்ணத்துப்பூச்சிகள்
முதன்முதலாய்
பொறாமை
கற்கின்றன,
திடீர் சலசலப்பு
நாதத்துடன்
தலைநொறுக்கும்
பெரிய சாக்லெட் மழை
இந்த உலகின்
செல்லக்
குமுறலைக்

காண,
மின்னலை வெட்டிக்
கொண்டாடும்
கண்ணில்
அன்பாளர்களின்
உச்சக்
காற்றலைகள்
எல்லாம்
ஒரு
முக்கால்மூட்டை
சிமெண்டு
பையில்
போட்டுக்கொள்ளும்படியான
பளுக்களை
நெரண்ட
அன்பில்
வித்தாரம்
சுழல்கிறது.

23. சாது மிரண்டால்

தனதொருமை எடுத்து
ஞாலச்சபையில்
கோரைப்பல் செலுத்தி
தனதாயாக்கத்
தறிகெட்டு வாழும்
மானுடமே!
இனக்குழுவிற்கு
தனிப்பட்ட
இலக்கணம் பிரகடனப்படுத்திக்
கொண்டீர்,
பார்த்தோம்!
மதம் எனப்பேர்
கொண்டு
பதம் பார்த்தீர்
மனிதத்தை,
ஆம் இதையும்
பார்த்தோம்!
சணல் பின்னிய
சரிகையில் வெங்காயக்
கொள்முதல்போல்
அன்றி
அரிசிச் சோறு
வடிப்பது போல்
உள்ளவை யாதும்

உமதாய் சொல்கிறீர்!
க்கிக்கிக்கே.... எண்ணத்தில்
சிரிப்பு
தடம் புரண்டோடுகிறது!
கிடைத்தவரைக்
கிழித்து நூற்று தன்
கிழிசலைத்
தைத்துக்கொள்ளும்
குறுதிகுடிக்கும் பேய்களே!
உம் தடுமனுக்கு
மாத்திரையாய்
இருப்பர் சிலர்,
யாவரும் பேய்த்திரையாய்
எழுந்தாடும் நாட்களில்
உன் சாதிப்பேரை சொல்லி
விலக்கு வாங்கிக்கொள்
துப்பிருந்தால்!
உம் சாவின் நெடியை
உமக்கே
நுகரச்செய்யும் அவர்களின்
சினுங்களும்
சினம் உமிழும்!
இதிலோர் எள்ளிய
நகைப்பாய்
பொதுவுடமை
கக்குவதாய் எண்ணி
சாதி மறுப்பு நாடகக்கலை

அரங்கேற்றி
தன்னியவன்களை
கூட மதித்துக்காக்கத்
துப்பில்லாது
வாய்மையென வாயில்
பேசும்
பெரும்பேச்சுக்காரன்களே!
யாரும் யாரைகாள்
எவரெவரும்
இங்கு மூடம் வெட்டி
சகுணம் காட்டி உம்
குரல்வளை கடிக்கும்
பூனையாய்,
பிறப்பிறப்பின் இடையே உம்
ராச்சியத்திற்காய்
நற்துணைத் தூவும்
நலனிகள் யாவும்
உம்போல் யூகம்
இயற்றினால்
உம் ராச்சியத்தின் நடுநெற்றியில்
மூத்திரம் குளிப்பாட்டி
திமிரும் உம்
கழிமேல் கவை அமர்த்தி
மலத்தின் மைகொண்டு
எச்சரிக்கைப் பச்சை
குத்திவிடுவார்கள்!

ஏகம் மறந்து
யாவும்
புரிந்தால்
சாவோ காவோ
முடிசாம்பல்தானோ
என நீவிர் அறிய
முற்படும்
முன்கால்,
நினைந்திடு
யாவும் ஒருவென
எவரும் ஒருவென,
தாமாய் ஒன்றி
உமக்குத்
தகடும் தரவாது,
யாவும் ஒருவர்
எவரும் ஒருவர்,
சாதிகண்டால் உம்மை
நீதி கடிக்கும்,
உம் சேதி கேட்டு
தினம் நாதி இழிக்கும்,
வீதியில் நிறுத்தி உம்
விழிகளை நொறுக்கும்,
ஓ..... சரி ஞாபகத்தின்
தற்கால
நுனியில்
சொல்ல முனைந்தேன்,

*"சாது மிரண்டால்
காடு கொள்ளாதாம்".*

24. கச்சா மேங்கோ

ஒரு கச்சா மேங்கோ
சாக்கலேட்டின் சருகுகள்
எப்பொழுதோ
கசாப்பு
செய்துகொண்ட
மயிர்கள்
கலாபம் தெறித்த
சிணுங்கல்கள்
யாவும்
வழிப்போக்குத்
தூபங்கள் அன்றி
நொண்டியாடித்
திரியும்
தூண்டில்களின்
மூக்குகளே!

25. விக்கிரமாதித்தி

கல்லூரிப்
பிராயத்தில்
அடுக்கியப்
பொய்களைத்
தெரிந்தே ரசித்தும் -
 உள்ளிருக்கும்
உண்மை
காதல்கதைகள்
உறிஞ்சும்
விக்கிரமாதித்தி அவள்.

26. தீவிரவாதியி னகிம்சை

வெட்கித் திரியுந்
தற்காலத்தை யென்னி
கூச்சம் மட்டுங்
கொண்டிருந்தால்,
யன் காற்கட்டிற்குள்
ஓராயிர மானையின்
சல்லாபப் பிளிரலில்
நாதம் தன்
கர்ஜனையை சிரைத்துக் கொண்டிருக்கும்,
தயங்காத தாழ் புரட்டில்
மயங்காத ராக மில்லை,
நம்மைச் சுடும்
பொய்ச் சுடரோ
நாள்திமிரும் நயக் குளிரில்
மாண்டோ டட்டும்,
தடந்தோளில்
கடித்த
வடு காணம
லாகிடுமோ
கண்ணம்மா
அகாலமாய்
ஒரு
மொசுறுக் கூட்டில்
கனக்கச்சிதமாய்

சிக்குண்டுக் கொண்ட
ஒரு தீவிரவாதியின் அகிம்சை
மேல்
காதல்புரட்டில்
மூழ்கித் திளைத்த
மடைமையின்
நக்கல்சிரிப்போ!
அதன்றி வேறென்னக்
கருமாந்திரமோ!
எனக்குப்
புலப்படுவதே யில்லை.

27. தனிமை யென்பது

ஓங்காரமாய் மிதக்கும் காற்று பேராசைகளுக்கு ஒத்திசைத்து
நிசப்தம் குழைப்பது
காணாம லாக,
காதற் காலம் யனை
பார்த்து வெறித்து நின்று கேலித் தோரணையில்
ஊராரின்
வாய்வழி பல பரிகாச
வன்மங்களை தூவிச் செல்ல,
சீராக விருந்தோம்பிக்
கொண்டிருந்த
இச்சைகள் யாவும்
கண்களைக் கட்டிக்
கொண்டு வேற்று
கிரகத்திற்கு குடியமர,
ஆடையற்ற அன்புப்
பேச்சுகள் யாவும் பேசிய
களைப்பில்
பெருங்கூத்தாடிய
நினைவு சற்று
துருப்பிடிக்க
ஆரம்பித்திற்கும்,
நினைவில் சரிந்தே
பழக்கப்பட்டச் சங்கதியில்
சங்கூதும் சங்கீதம்,

ஒரு எருக்கம்பஞ்சு
எங்கிருந்தோ பறந்து
வந்து
என்மடியில்
ஓய்வெடுக்கும்,
ஒரு கருஞ்சாரைப் பாம்பு
தன் உடையைக்
களைகையில் நான்
பார்த்துவிட்டதாய்ச்
சீறும்,
தூங்கணாங் குருவிகள்
இரை தேடிச்
சென்று விட அதன்
மக்களை என் பொறுப்பில்
விட்டுச் செல்ல,
மரங்கள் மட்டும்
என்னுடன் ஆழ்ந்து வர,
இந்த தனிமைக் கால
புறப்பா டென்பது
ஏதோ வொரு
வடகிழக்கில்
தன்னைத்தானே
அடைத்துக் கொண்டு
அமைதி
நோக்கிச் சிரிக்கும்!

www.ingramcontent.com/pod-product-compliance
Lightning Source LLC
La Vergne TN
LVHW041546060526
838200LV00037B/1166

* 9 7 8 1 6 4 7 8 3 2 4 5 2 *